சீரிய நினைவுகளும் சிவந்த காயங்களும்

பதிப்பகம்

Seeriya ninaivugalum sivantha kaayangalum

Edited by Absal Ahamed

 Special credits to Abitha, Dr.Niveditha and Dr.Nitin Chopra.

ISBN (Paperback) - 9789390724697

First Edition : 2021

Book Design by POETRY WORLD

சீரிய நினைவுகளும் சிவந்த காயங்களும்

தலைமை தொகுப்பாளர்

பார்கவி சிவபிரகாஷ்

தொகுப்பாளர்

அப்சல் அகமது

சீரிய நினைவுகளும் சிவந்த காயங்களும்

சீரி வீசும் சில நினைவுகள் பல காயங்களை பிறக்கச் செய்கிறது. நம் கடந்து வந்த வாழ்க்கைப்பாதையை சற்றுத் திருப்பி பார்க்கும் போது தான் தெரிகிறது சிரித்து மகிழ்ந்த அந்நாட்களெல்லாம் பின்னாட்களில் விழியில் கண்ணீராய் நிறைகையில். நினைவு சிலர்க்கு ஆனந்தமென்றால். அதுவே சிலர்க்கு ஆறுதலாகவும் உள்ளது. மனதில் புதைந்து கிடக்கும் நினைவுகளால் பலரும் உயிர் வாழ்கிறார்கள். தன் நெஞ்சில் துடித்துக் கொண்டிருக்கும் செந்நிற சதையின் குமுறல்கள் பல இங்கே கவி வரிகளாக்கப்பட்டுள்ளது.

அனைத்தையும் அன்பினால் படித்து மகிழுங்கள்...!

"நினைவே நீ நீண்டு வாழவேண்டும்
உன்னாலே நாங்கள் உயிர் வாழ்கிறோம்"

தலைமை தொகுப்பாளர்

இவள் திருமதி.பார்கவி சிவபிரகாஷ், மஞ்சள் மாநகரமான ஈரோட்டை சேர்ந்தவள். இவள் புனைப்பெயர் "கவியின் கவிதை". கணிதவியல் முதுகலை பட்டம் முடித்தவள். இன்று தன் கனவுகளை முழு மனதோடு ஆர்வமாய் பின் தொடர்கிறாள்.

தனது இன்ஸ்டாகிராம் பக்கத்தில் *(@kaviyinkavithai)* ஏறத்தாழ *2500*க்கும் மேற்பட்ட குறுங்கவிதைகள், நீள்கவிதைகள் பல புனைந்துள்ளார். *Spectrum of thoughts*ல் இணை எழுத்தாளராகவும், தன் முதல் கவிதை திரட்டான *"Enticement of fondness*/காதலின் தாகங்கள்" தொகுத்துள்ளார். இப்பொழுது *Poetry World Organisation*ல் தலைமை தொகுப்பாளராய் பல கவிதை திரட்டினை வழங்கி வருகிறார்.

நினைவுகளும் காயங்களும்

தொடக்கத்தில் காதல்
அழகான நினைவுகளையே
பரிசாய் இதயத்தில்
பூத்துக் குலுங்கி
அடுத்தடுத்து
பல கனவுகளை
அள்ளி வாரி
ஆழமாய் கொண்டு
அழுத்தமான நம்பிக்கைக்குள்
நுழையும் தருவாயில்
காயம் எனும்
ஆணி கொண்டு
அடுக்கடுக்கான
வலிகளையே
இன்று காதலெனும்
பிரபஞ்ச மாயை
வழங்கும் தொற்றானது...

- கவியின் கவிதை

தொகுப்பாளர்

இவன் அப்சல் அகமது. கண்ணகி தன் சினத்தால் தீயிட்டு சாம்பலாக்கிய மதுரை மாநகரில் பிறந்தவன். தென்பொதிகை மலையின் அடிவாரத்தில் உள்ள சீர்மிகு செய்யது பள்ளியின் முன்னாள் மாணவன். தற்போது இளங்கலை பொறியியல் பயின்று வருகிறார். வளர்ந்து வரும் எழுத்தார்களில் இவரும் ஒருவர். தற்போது தொகுப்பாளராக பணியாற்றி வருகிறார்...

*Insta ID : @_karaiyatra_kavithai_*

விடுதி வாழ்வில் இறுதிநாள்

எண்ணிலடங்கா உன் நினைவு ஏறிமிதித்தது என் நெஞ்சில்,
ஏழு நாளும் உன் அன்பு ஏறுதழுவியது என் மனதில்...!
சிரிப்பு மறையும் அந்நாளும் சேர்ந்தே பிறந்தது இந்நாளில்,
சிதறி கிடந்த ஆடைகளும் சிறையில் போகும் இந்நாளில்...!

இறந்துப் போன கண்ணீரும் இலவசமாக பிறந்தது
இந்நாளில்,
ஈசல்போல எங்கள் மகிழ்ச்சி,
இறகின்றி இழந்து தவித்தது இந்நாளில்...!

இன்பத்தை கண்ட தங்குமறை - என்னை
பிரிந்து செல்லாதே எனக் கண்ணீர்த்தும்பி நின்றது
இந்நாளில்,
எந்நாளும் உணவளித்த உணவறையும்,
உணவை ஊட்டிவிட்டு உடைந்து நின்றது இந்நாளில்...!

காலில்லா கரும்பலகை கலரில்லாமல் இருந்தது இந்நாளில்,
கனமில்லா குப்பைத்தொட்டி காகிதமின்றி நின்றது
இந்நாளில்...!
என்றும் கூச்சல்,ஆரவாரம் நிறைந்திருந்த,
தத்துவப் பலகை பிரதேசம் மௌன அமைதி நிலைத்தது
இந்நாளில்...!
இனிமையாய் வீசும் இளந்தென்றல் காற்று,
நாங்கள் போவதை எண்ணி ஈரத்தை பொழிவித்தது
இந்நாளில்...!

ஒவ்வொரு முறையும் ஏறும் போது வா என்று
அழைக்கவில்லை,
விடுமுறைக்கு செல்லும்போது போ என்று
வழியனுப்பியதில்லை,
இருப்பினும் உன் முகத்தை கண்டு என் பாதத்தை வெளியில்

பதிக்கிறேன்...!

- அப்சல் அகமது

உள்ளடக்கம்

அந்த கால மழைக்காலம்

ஊரெல்லாம் வெள்ளமாம், ஊசலாடும் ஊர் ஜனம்,
பத்திரங்களை பத்திரபடுத்தும் பரபரப்பில் அப்பா,
கடைகளில் ஒரு வாரத்திற்கான மளிகை வேட்டையில்
அம்மா,
கப்பல்களை களமிறக்க காகித வேட்டையில் நாங்கள்...
தவளைகள் சத்தம் நாளை பள்ளி விடுமுறை என்ற
செய்தியை சொல்லும்,
ஓடையாக மாறிவிடும் சாலைகள், அங்கே மீன்களுக்கு
படையாக காத்திருக்கும் புடவைகள்...
மாடி வீட்டு காரர்களுக்கு குவியும் விருந்தினர்கள்,
வாடி நிற்கும் தெரு நாய்களை அரவணைக்கும் வீட்டு
நாய்கள்,
வற்ற தொடங்கியது வெள்ளம்,
சற்று அதிகமான சேதங்களை அடையாளமாகக்
கொண்டு...
மின்சாரத் துண்டிப்பு வீதிகளை விழாக்கோலம்
ஆக்கும்,
பனையோலை விசிறியின் காற்று பரலோக சுகத்தை
காட்டும்...
வீட்டில் பதுங்கியிருந்த பாம்புகள் தங்கள் சொந்த
இடத்தை நோக்கி நகரும்,
வீடுகளை இழந்த ஊர் ஜனமும் இயல்பு வாழ்க்கை
நோக்கி நகரும்.

அருண்வர்ஷன். ரா. க

அலைபாயும் நெஞ்மே

எத்தகு அறையில் தங்கினாலும்
தாயின் கருவறையில்
துள்ளிய நாட்கள்...
பஞ்சு மெத்தை பல இருந்தும்
சேலை தொட்டிலில்
துயில் கொண்ட நாட்கள்...
பயமோ..! நாணமோ...!
முந்தானை திரையில்
ஒழிந்து மறைந்த நாட்கள்...
மடமையோ..! மனச்சோர்வோ...!
அவளின் மடியில் மதி தெளிந்த நாட்கள்...
நாட்கள் அனைத்தும் நடைப்போட்டிட...
நினைவுகள் அனைத்தும் நிழலாடிட...
ஏக்கம் குடிப்புகுந்திட கண்டேன்
மீண்டும் மழலையாக பிறந்திடவே...!

Gopika Chellamuthu

அழகிய நினைவு

நித்தமும் நிகழும்
காட்சிகள் எல்லாம்
நீயாக என்னுள் பதிய
உணர்ச்சிகள் கொண்டு
மகிழ்ச்சிகள் தந்து
அற்புதம் செய்யும்
மனதின் தேடலே
உன்னை எண்ணி
பல நேரம் வருந்துகிறேன்
சிலநேரம் மகிழ்கிறேன்
என் அழகிய நினைவே...!!

தமிழின் அடியேன்

அழகிய நினைவுகள் உன்னுடன்

நமக்கு மிகவும் பிடித்தவர் கொடுக்கும்,
அன்பான பரிசு தான் நினைவு...!
உன்னுடன் நான் இருந்த நாட்களை விட,
உன் நினைவுகளுடன் இருந்த நாட்கள் தான் அதிகம்...!
சுற்றுச் சூழல் மாறினாலும் உன் நினைவுகள் மாறாமல்,
என் இதயத்தில் இடம் பிடித்துவிட்டது...!
நீ எங்கு சென்றாலும் நான் உன்னோடு தான்,
பயணித்து கொண்டிருக்கிறேன்,
நீ விட்டு சென்ற அந்த நினைவுகளோடு...!
அழகிய பூவாக இருக்கும் உன் நினைவுகள்,
என் இதயத்தை முட்களாய்க் குத்துகிறது...!
வலியை தாங்க முடிந்த என்னால்,
உன் பிரிவைத் தாங்க முடியவில்லையே...!

ஆல்வின் சாமுவேல்

அழியாத தடம்

மனம் ஒரு குறிப்பேடு, நினைவுகளோ நாட்குறிப்பு
எழுதுகோல் என் ஜீவன், அழிப்பான் எனது கண்ணீர்
அப்படி என் குறிப்பேட்டில் குறித்து வைத்த
அழிக்க முடியாத ஒரு நிகழ்வு இது ..
அவளுக்கு ஐந்து வயது - ஏன் அவளின் மீது பாவம்
எனக்கு
புத்தாடைகளின் நறுமணத்தை இதுவரை நுகர்ந்திடாத
மூக்கு
எழுதுகோல் பிடித்திடாத அவளின் பிஞ்சு விரல்கள்
தூக்கத்தை காட்டிலும் அதிகமுறை பசியால் மூடும்
கண்கள்
சாப்பிட்டாயா என்ற வார்த்தையை கேட்டிடாத
அவளின் செவிகள்
ஒரு தடவைக் கூட காலணி படாத கால்கள்
மிச்ச மீதி உணவுகள் உண்டு துவண்டு போன வயிறு
சிலநேரம் அதுவும் கிடைக்காமல் காற்றுவாங்கும்
சிறுகுடல்
அவளின் மனக்கூட்டு வேதனை!
இருபது ஊக்கும் ஒரு சீப்பும் பத்து ரூபாய் தான்
எனக்கும்
என் தம்பிக்கும் உணவளிப்பதோ உங்களின் கை தான்
இருள் வந்து சூழ்ந்துவிடும் வெகுவாக தாரீகளா -
இல்லாயின்னா இருட்டான இடத்திற்கு
என்னை எதற்கோ அழைப்பார்கள்...!

ஹரிகரன்

அழியாத சுவடு

நினைவுகள் கடினம் என்றேன்

அம்மாவின் பிரிவில்..

நினைவுகள் ஆறுதல் என்றேன்

அப்பாவின் விலகலால்..

நினைவுகள் ஆனந்தம் என்றேன்

கல்லூரி வாழ்க்கையால்..

நினைவுகள் வலி என்றேன்

என்னை பிரிந்த உன்னால்..

இவ்வாறு பிணைந்த உறவில்

இன்பமும் வலியும் இணைந்த வாழ்க்கையாய்

நினைவுகள் என்றும் அழியாத சுவடாகிறது..

தெ.நர்த்திகாஸ்ரீ

இதயத்தின் இறுதி குமுறல்

உந்தன் காதலால் ஏற்பட்ட காயங்கள்
என் மனதில் வடுவாய் இருக்கின்றன.
உந்தன் ஓரப் பார்வை வீசினால் கூட
அந்த காயங்கள் மறைந்துப் போகுமே.
உந்தன் காலடியில் இடம் கிடைத்தால் போதும்
சுகம் என்றிருந்த எனக்கு
அந்த இடத்தை கூடத் தர மறுப்பது ஏனோ.
நீ இன்றிப் பிணமாய் திரியும்
எனக்கு காதல் என்னும் உயிரை
பரிசாகக் கொடுத்து உயிர் பெற செய்வாயோ.
இப்படிக்கு உந்தன் அழகான
நினைவுகளை மனதில் சுமந்துகொண்டு
வாழும் ஒரு பிணம்...!

ஜனனி ஸ்ரீ சேகர்

இதயத்தில் இடியோசை

உறவில் விரிசல் இல்லை
ஒருவருக்கொருவர் அன்பினை பகிர்ந்ததில்லை
நாங்கள் எதிரிகளல்ல சிறிது
இடைவெளியால் உறவாடாத மனங்கள்
அசைவுறாத மனவுறுதி கொண்ட
அண்ணன் பரிதவித்து நின்றான்
மருத்துவமனைதனில் தம்பியின் நிலைக்கண்டு
நெஞ்சோடு வாரியணைத்த தம்பியின்
வாந்தியினை கையில் ஏந்தி
தாயும் தந்தையுமாகையில் காலதேவனும்
மனதுருகி நின்றான் போலும்
பகிரப்படாத அன்பு உணரப்பட்ட
நொடிப்பொழுதில் அண்ணனின் இதயத்துடிப்பு
வெளிப்படுத்திய ஓசை என்
இதயத்தில் என்றும் இடியோசை.

வி.ஆன்றல்சன்

இரத்தம் தோய்ந்த குரல்

பெண்ணாக பிறந்தாலே வேதனை,
பெரும்பாலான நாட்கள் சோதனை,
வரன் கேட்பது தட்சனை,
நாம் கொடுப்பதோ வரதட்சனை,
தினந்தோறும் நிபந்தனை,
கேட்காமலேயே தண்டனை,
நாம் செய்வது வந்தனை,
நமக்கு ஏன் நிந்தனை,
சுற்றத்தார் கொடுப்பது வஞ்சனை,
கடைசிவரை நம்மோடு பிரச்சனை,
இன்பம் வெறும் கற்பனை,
துன்பங்கள் இங்கு விற்பனை,
நியாயங்கள் எப்போதும் வெல்வதில்லை.
நினைவுகள் இப்போதும் கசப்பதில்லை...!

தமிழ்ச்சுடர்

இருந்தகாலங்கள்...

அனுபவச்சேர்க்கையில் பயணிக்கும் வாழ்விலே,
அதிரப்பெய்த பெருமழை அவளது காலமே,
ஆம், அவள் வந்தமர்ந்த நாள் துவங்கி,
சமமாயின கடந்த, நிகழ், எதிர்காலங்கள்,
விதைத்தாள் பரவசத்தை வீதியெங்கும்,
ஜொலித்தாள் ஆதவனாய் வாழ்விலெங்கும்,
தொடங்க முடிப்பாள் முடித்துத் தொடங்குவாள்,
கற்பனைத்தன்னிலே கட்டியேப் போடுவாள்,
எத்தனை சங்கதிகள் என்வழி விதித்தாள்,
அத்தனை திசையிலும் ஆர்ப்பரித்தேன் நான்,
வசந்தம் என்பதெல்லாம் அவளது வருகைதான்,
பிறகான வாழ்விலே சொர்க்கத்தின் பரவல்தான்,
இருந்தாள் பிரிந்தாள் ஓர்நாளில் மறைந்தாள்,
சிவந்தேன் கசந்தேன் பின் ரணங்களில் இறந்தேன்...!

ப .பாரத்கண்ணன்

இனிக்கும் நினைவுகள்

நிகழ்வுகள் அனைத்தும் ஒருநாள்
நினைவுகள் ஆகலாம் ஆனால்
நினைவுகள் எப்பொழுது நிரந்தரமாகும்...
நினைவுகள் உயிர் அற்றவைதான்,
ஆனால் சிலர் உயிர் வாழ காரணமே
அந்த நினைவுகள் தான்...!
நினைவுகளை சேகரித்து
துன்பங்களை அப்போதெல்லாமல்
நிஜங்களை ஏற்றுக் கொண்டு
நிமிர்ந்துப் போராடினால்
வெற்றி உன் விரல்களில் விளையாடும்.....!
கடந்தவை கசப்பான நிகழ்வுகளென்றால்
அதை மீண்டும் ருசிக்க நினைக்காதே...!

லோகேஸ்வரி

ஈரம் காயவில்லை

புன்னகை மாறா முகம்,
கள்ளம் இல்லா உள்ளம்,
யாருக்கு கிட்டும் இப்பாக்கியம்,
நாங்கள் பெற்றோம் உறவாக...!
அப்பா எங்களை விட்டு எங்கே போன,
உங்ககிட்ட பேசமா நாங்க நொந்து போனோம்...
அனாதையாக நிற்கிறோம்,
ஆற்றுவிக்க நீ இன்றி...!
காலனும் கல்லாகி போனான் உன்னை கடக்கையில்,
பூக்கும் பூவெல்லாம் உங்கள்,
புன்னகை முகம் சொல்லும்,
உங்கள் புகைப்பட நிழலில்,
புலம்ப வைத்து விட்டீர்களே அப்பா...!
வலிகள் நிறைந்த வாழ்க்கையை,
கற்றுக்கொடுக்கவில்லையே நீங்கள்,
வலிகளின் அர்த்தம் புரிந்தது...
உந்தன் பூ விழுந்த வாசம் இன்னும் போகவில்லை,
நம் வீட்டில் இன்னும் ஈரம் காயவில்லை,
ஆறாத வலிகளோடு பயணிக்க வைத்து விட்டாயே
அப்பா...!

இளையோன் முத்து

உணர்வுகள் நிறைந்த நினைவுகள்

வருங்காலம் நோக்கியே
நகரும் நேரமதில்
நடக்கும் நிகழ்வுகளெல்லாம்
நினைவுகளாய் - நம்
நெஞ்சில் நிறைகிறது...
உணர்வுகள் மிகுந்த நினைவுகளைத்
திரும்பிப் பார்க்கையில்
உயர்வாய்; ரணமாய்;
ஏக்கமாய்; மகிழ்வாய்;
நிறைவாய் எனப் பல பல
உணர்வுகள் நம்மில்...!
நாம் நினைவாய் நிலைப்பதும்;
சரித்திரமாய்க் காலமெல்லாம்
நீடித்து நிலைப்பதும்;
நம் நம்பிக்கை நிறைந்த
நிகழ்கால உழைப்பின் நிமித்தம் உள்ளது...!!

ச.த.ரேணுகா

உன் நினைவில் என் பயணம்..

கடல் அலையாய் அன்பு இருக்க,
கடல்போல் நினைவுகள் இருக்கிறது,
நினைவுகள் மட்டும்தான் கடல் போல் இருக்கிறது,
நிஜம் என்பது கண்ணீர்த் துளியாய் விடுகிறது,
உன்னை நினைக்கவில்லை என்று எண்ணி விடாதே,
உன் நினைவுகளோடு தான்
ஒவ்வொரு நொடியும் நான் வாழ்கிறேன்
நினைக்க மறந்தால் தானே
மற்றவர்களைத் தேட நினைவுகள்
முழுவதும் நீயாக இருந்தால்
தேடுவதற்கு ஏது நேரம்...!

Karthikinkavidhai

உன்னை நினைத்து அம்மா

ஒளிமிகும் ஆதவன் அழகாய் தோன்றுவதுப் போல்-நீ
என் வாழ்க்கையின் அர்த்தமாய் உதித்தாய்!
குளிரா ஞாயிற்றை புவியது சுழல்வதுப் போன்று-நீ
என்னையே அயராமல் சுற்றிவந்தாய்!
கருமேகங்கள் மனம்நிறைய பொழியும் மாரிப்போன்று-நீ
அரவணைத்து என்மீது அன்பை பொழிந்தாய்!
சுடரொலியை தரும் அணையா விளக்கினைபோன்று-நீ
என் வாழ்வில் நிலையான ஒளித்தந்தாய்!
கஷ்டங்கள் நூறாயினும் தவறாமல் காத்தாய்!
பத்துத்திங்கள் சுமையெனப் பாராமல் சுமந்தாய்!
என்றும் உன் நிழலில் நான்!

மஞ்சு பார்கவி.ஆ.ச

எண்ணத்தின் கதறல்

நினைத்த நினைவுகள் நிஜமாக
நடக்க வேண்டுமே! நெஞ்சம்
உருகிப் பேச வேண்டுமே!!
நேசிக்க நெஞ்சமிருந்தால்
நினைத்துப் பார்க்க
நினைவுகள் வேண்டும்!
நினைவுகளை சுமக்க
நேரமிருந்தால் நெஞ்சம்
மறவா உறவுகள் வேண்டும்!
உறவினை ஏற்க
மனமிருந்தால் உண்மை
யாவையும் உணர வேண்டும்!
உரிமையை நீயும் மறந்திட்டால்
உன்னை நீ தான்
இவ்வுலகில் தேட வேண்டும்!!!

மு.கவியோகேஷ்

எதிர்பாராத சந்திப்பு

தன்னிகரற்ற தனிமை பொழுதில்
காதல் உள்ளங்கள்...
கவிதை மொழி பேசும் அந்நேரம்...
கண்ணிமைக்கும் நொடியும் கணநேரமானது!!
கடந்த கால கசப்புகளை மறந்து...
நிகழ் கால நிஜங்களை உணர்ந்து...
எதிர்காலத்தின் எதிர்பார்ப்புகளை நினைத்து...
இருவரும் அந்நொடிகளை ரசித்த அச்சமயம்...
அவர்களின் காதல்...
சொல்ல இயலா வார்த்தைகளாய்
சொல்லப்பட்ட அந்நொடி!!
வாழ்வின்...
அழகிய நினைவுகளை நொடிகளாய்க் கோர்த்து!!

கவிதை தமிழச்சி

எந்தன் காதலியே

என் நிழலும் நீயே...!

என் நினைவும் நீயே...!

கனவும் நீயே...!

என்னை கடந்து சென்ற காதலியும் நீயே...!

இளம் அழகிய கனியும் நீயே...! இருந்தாலும்

என்னை கண்ணீர் மல்க

அழவைத்தவளும் நீயே...!

எந்தன் கற்பனையும் நீயே...!

ஆனால், இது தான்டா வாழ்க்கை என்று

எனக்கு கற்றுக் கொடுத்ததும் நீயே...!

எந்தன் காதலியும் நீயே...!

ஆனால், என்னை வேண்டாம் என்று

சொல்லித் தூக்கி எறிந்தாவலும்

நீயடி பெண்ணே...!

அன்பு

என் நாட்களாய் அவள்

அதிகாலை அன்பே உன் மார் சாய்ந்து...
நான் விழிக்கும்...ஒவ்வொரு நாளும்...
நிஜமாய் நீ... என் நினைவுகள்..
சாலையோரம் நடைப்பயணம்
என் கை பிடித்து குழந்தையாய்...
நிஜமாய் நீ.. என் நினைவுகள்..
சமையல் அறையில் உன்
அணைப்பில் அறுசுவையும்..
நிஜமாய் நீ.. என் நினைவுகள்..
மாலை நேர தேநீர்க் கோப்பை உடன்
என் கைகளின் இடையே...
நிஜமாய் நீ... என் நினைவுகள்..
இரவின் இனிமையாய் வெண்ணிலா
ரசனையில் உன் மடியில் நான்...
நிஜமாய் நீ..
என் நினைவுகள்..

தென்றல்கார்த்திக்

என்னை இழந்து நிற்கிறேன்

அவள் கரம் கோர்த்த கரங்கள்
கண்ணீரைத் துடைத்குதே
இரவில் இருட்டில் இன்னல்கள் தரும்
அவள் நினைவுகளை காயம் ஆகுதே
என்னை என் நிலையால்
மதிக் கூட மேகத்தில் மறைந்து
கண்ணீர் வடிக்குதே தேயுதே
அவள் முத்தமிட்ட வேலையிலே
கன்னத்தில் விழுந்த அச்சினை கழுவும்
வேலையைப் பார்க்குதே
என் கண்ணீரும் நிற்காமல்
ஊற்றைப் போல ஊற்றுதே
உனக்காக வாழ்ந்து என்னையும்
இழந்து நிற்கிறேன்
என் நிழல் கூடத் துணையாக
வர தான் தயங்குதே

விக்னேஷ்

ஒருதலைக்காதலுடன் ஓர் கவி

அன்பே! மீசை முளைத்தீரா காலமடி!
உன்மேல் காதல் கொண்டது,
தினம் நின்று ரசிக்கிறேனடி!
உந்தன் விழிப்பேசும் ஓராயிரம் கவிகளை,
தின்று மூழ்கி மயங்கினேனடி!
உந்தன் இதழ்ப்பேசும் மழலை மொழிகளை,
தட்டுத் தடுமாறி நடக்கிறேனடி!
உந்தன் பாதச்சுவடுகளின் மேல் குழந்தையாய்,
ரசித்துக் களைத்து உறங்கினேனடி!
உந்தன் காதணியுடன் ஓர் உரையாடல்,
தனித்து நின்று வாழ்கிறேனடி!
பனைமரத்தைப் போல நானும் இங்கு,
நினைத்து வலித்து மரணிக்கிறேனடி!
எந்தன் ஒருதலைக்காதலின் ஓராயிரம் நினைவுகளுடன்,
ஒருதலைக்காதலின் நினைவுகளுடன்
கல்லறையிலிருந்து உனக்கொரு கவி!!!

கவிதை தமிழன்

கண்மணி

பதினேட்டு வயது இப்போது - கண்மூடி
கடந்தேன் ஈரேழு வருடங்கள் அப்போது
காற்றில் பறந்த கூந்தல் !!
காதோரம் ஆடிய கம்மல்!!
என் பக்கம் அமர்ந்த பொன்மகள்
பேச்சில்வள்ளல்!! கண்ணசைவுகள் மின்னல்!!
வாய் விட்டு சிரித்ததும் தெரியும் தெத்து பல்
காற்றோடு கரையட்டும் என் கண்ணீர்கள்!!
ஒன்றாய் அமர்ந்த தருணமழகு!!
அவள் ஊட்டிய உணவும் அழகு!!
அவள் விதைத்த தருணமழகு!!
விளைந்து நிற்கும் நினைவுகளும் அழகு!!
பள்ளி சீருடையிலே பக்கம் அமர்ந்தவளே
நித்தம் உன் நினைவுகளே கொண்டேன்
மூச்சுள்ள வரையிலே!!!

மனோஜ்குமார் சுந்தரராஜ்

கனவிலும் உன் நினைவுகள்

வரம் ஒன்று கேட்டேன்,
வரும் கனவதனில் கதைக்க,
நம் நினைவதனை நினைத்தே,
பல மணிநேரம் விழித்தேன்,
இமை மூடும் தருணம்,
கனவில் உன் பிம்பம் வரனும்,
என் காதல் கனவாய் - இந்த
கல்லூரி காலமும் கரைந்ததடி...!

Hariharan S

காதல் அழைப்பிதழ்

காலங்களின் காயம்,
நிழல்களின் நிஜம்,
ஆயக்கலைகளின் ஆணிவேர்,
நத்தை கூட்டின் நகர்வலம்,
உடைந்தப் போன உண்டியல்,
கண்ணடிக்கும் கடிகாரம்,
மதுவருந்தும் மண்ணெண்ணெய் விளக்கு,
அத்தனையும் அலைக்களித்தது,
மௌன மொழி பேசும்,
காதல் அழைப்பிதழை...!!!

Hepziphiliph

காதல் நினைவுகள்

உறங்கும் நேரம் கனவாய் வந்தாய்,
அது கலையும் நொடியில் நினைவாய் நின்றாய்,
எழுதும் சுவடில் வார்த்தையாய் வந்தாய்,
பேச்சின் ஒலியில் மொழியாய் இனித்தாய்,
நடந்த பாதையில் தடமாய் அமைந்தாய்,
நிற்கும் வேலையில் நிழலாய் உறைந்தாய்,
கண் கலங்கிய பொழுதுத் துளி நீராய் கரைந்தாய்,
பார்வையில் படர்ந்து உருவங்களாய் நிறைந்தாய்,
எழுதிய கவிக்கு கற்பனையாய் மாறினாய்,
இவ்வுயிர் வாழ சுவாசமாய் நுழைந்தாய்,
இவ்வாறு என்னில்லடங்கா விதங்களில்,
என்னுள் அடங்கிய நீயே
என் நினைவுகளாய் நிறைந்து வாழ்கிறாய்...!

சுபாஷி நா

காதலுடன்

எனை உறங்க விடாமல்,
எப்போதும் ஆட்கொண்டிருக்கும்
உன் நினைவுகளை மறந்து
உறங்க காத்திருக்கின்றேன்...
எனை மறந்து
உன்னையே நினைக்கிறது
என் மனது...
மீள வழியின்றி
நித்தமும் தோற்றுப் போகிறேன்
உன் மீதான என் காதலுடன்...!

மகிழ்

காதலொரு காவியம்

வழக்கமான பயணமென்று தான்
வீற்றிருந்தேன் வீதியில்,
பாதையில் ஏதோவொரு மாற்றம்,
பார்வையில் ஏனோவொரு தடுமாற்றம்,
மனதில் ஏனோவொரு மயக்கம்,
மதியில் ஏனொவொரு குழப்பம்,
உள்ளுக்குள் ஏனொவொரு நடுக்கம்,
என்னவளின் இருவிழி கண்ட
இதழ்கள் இன்பமுற்று,
இமைக்கா விழியாய்
இன்பக் கடலில் பயணிக்க,
இருதயத்தின் இன்னிசை உள்ளத்தில்
ஓங்காரமாய் ஒலிக்க,
இனியவளின் இதழ்
இசைவிற்காக இதயமொன்று,
இறகில்லா பறவையாய்
ஏங்கி தவித்ததொரு பொற்காலம்...!

SAKTHIVEL M

காயத்தின் மருந்து (இவன்)

கரு கருத்த தாடிக்காரன்,
புன்னகை தழுவும் உதட்டால்,
இதழ் அடுக்கில் என்னை ஆளுமைச் செய்து,
காந்தவிழியால் என்னை கவர்ந்து உன்
அன்பை ஆழ் மனதில் புதைத்து,
கவிதையால் வர்ணிக்க ஆசைக்கொள்பவன்...!
என்னை விட என்னை
அதிகமாய் காதலிப்பவன்,
தென்றலாய் என்னை கட்டி தழுவி ,
கள்வனாய் அழிசாட்டியம் செய்து
பேசிப் பேசியே என்னை கொய்தவன்,
இப்படி அணு அணுவாய்
காதலிக்கும் இம்சைகாரனான
உன் நினைவால் வாழ்வில் நான்பட்ட
"சிவந்த காயங்கள்" எல்லாவற்றையும்
மறக்கடித்தது உன் காதல்
என்னும் பொக்கிஷம் எனக்கு...!

அன்பின் சகி

காலத்தின் பயணம்...

நினைவுகளின் இருப்பிடம் மனம்...
கடந்த காலத்தின் வடிவம் நம் நினைவுகள்...
நாட்கள் சிலவற்றை கடந்தும் செல்கிறது...
சிலவற்றை கடத்தியும் செல்கிறது...
ஆம்.. நாட்கள் கடத்திச் செல்வது நம் நினைவுகளை...
இன்றைய நாட்கள் நாளைய நினைவுகள்...
நினைவுகள் நீங்குவதில்லை...
நீண்டு தான் செல்கிறது...
நினைவுகளுடன் கைகோர்த்து
காலத்தின் பயணத்தைத் தொடர்வோம்...

Pavithra AG

காலமெனும் மருந்து

கண்ணீர் வற்றியதால்
கதைப் பேசிய கண்களும் இன்று
காயங்களின் ரணம் கண்டு
காய்ந்து போனதோ???
வார்த்தைகள் செய்த வாதத்தால்
வாழ்க்கையும் இன்று
வலிகளில் துவண்டு,
வதனமும் பொலிவிழந்ததோ...??
கண்ணீரும் காயங்களும் கேள்வியானால்....
வலிகளும் வார்த்தைகளும் பதிலாகுமா.....??
துவண்டு போய் - தனிமையின்
துணையை தேடினால்
உள்ளம்தான் ஏற்குமா? இல்லை
உண்மைதான் மாறுமா...?
காலத்தை விட சிறந்த மருந்து
பூமியில் ஏதும் உண்டா?

முஸ்கா நஜா
(கவிதையின் காதலி)

காற்றோடு கனா

தேடலில் மிளிரும்
திசை எங்கும் ஒளிரும்,
கல் தோன்றி மண் தோன்றா
மானிட நிழலும்,
பருவம் மாறி பாதை மாறி
பலவற்றை கண்டும் காணாது...
இயற்கையோடு பயணித்து
இன்பம் துன்பம் யாவும் அறிந்து
வயது வரம்பு பாராது,
வண்ணமயமான
உறவுகள் அமைந்து
பறவைகளாக கூட்டம் கூடி
பூமியில் சுற்றித் திரிந்து,
கனவும் வலியையும்
இருந்தும் மறந்து
நீரோட்டமாய் ஓடும் நினைவலைகள்...

மு.முஹம்மது உமைர்

கானல் நீர்

என் நிழல் தொடரா இடங்களில் கூட
தொடர்கிறது உன்தன் நினைவுகள்;
இரவெல்லாம் தூங்காமல் தொலைகிறது
உன்னோடு நான் வாழ்ந்த நொடிகளை எண்ணி,
எனை மறந்து சிறு துயில் கொண்டால் கூட
அங்கும் தவிக்கிறேன் நான் என் கனவோடும் நீ
வருவதால்;
உன் நினைவுகளால் துடித்துக் கொண்டு இருக்கும்
என் இதயத்திற்கு எப்படி புரிய வைப்பேன் நான்..?
என் நிஜத்தினில் நீ இல்லை என்று;
கடலாக உன் நினைவுகள் என் மனதில் இருப்பதால்
தான்
நான் அதில் தத்தளித்துக் கொண்டு இருக்கிறேன்
உன்னை மறக்கவும் முடியவில்லை...!
இறக்கவும் முடியவில்லை...!
பாலைவனத்தை சூழ்ந்துள்ள கானல் நீராக
என் வாழ்வெங்கும் சூழ்ந்துள்ள
உன் நினைவுகளோடு என் வாழ்க்கை...!

முகமது ரிஸ்வான்

சமிக்ஞை நினைவுகள்...

நொடி நொடி வழி பயணங்கள், முழுவதும் விழி ஓரமாய்,
ஒரு சிறுகுறு புன்னகை, ஓரிதழ் கடை ஓரமாய்,
திக்கெங்கும் நீலும் பிம்பங்கள், மறையுது இங்கு மாயமாய்,
மாற்றங்கள் கண்ட வானில், வானவில் எண்ணம் மாயமாய்,
குறுமுகை சிரிப்பும், பெருந்துளிர் நெருப்பும்,
ஏனோ இங்கு ஏனோ, இதயத்தின் எண்ணத்தில்,
சொற்களின் பாசமும், சொல்லாத வேசமும்,
ஏனோ இங்கு ஏனோ, இன்னலின் கிண்ணத்தில்,
கடந்துப் போன காதலும், சிரித்துச் சென்ற விழிகளும்,
உணர்வின் சிதைதலும், வாழ்வின் ஜெயித்தலும்,
தோற்ற சாதலும், வாங்கி வந்த வரங்களும்,
உடன் இருந்த நிஜங்களும், ஓடுதே மனதில் தேடுதே,
நெஞ்சில் புதைந்துப் போன நாட்களை...!!!

தமிழரசன் பாபு

சிறு பருவ நினைவுகள்

உன்னை நினைக்கும் பொழுது எல்லாம்,
மனதில் ஏதோ ஓர் ஆனந்தம்...!
நாம் நண்பர்களுடன் துள்ளிக் குதித்து,
விளையாடி மகிழ்ந்த நாட்களையா...!
பள்ளி விடுமுறை என்றவுடன்,
ஆர்ப்பரித்து ஓடிய நாட்களையா...!
இரவில் நிலாச்சோறு உண்ட நாட்களையா,
நண்பனுடன் சண்டையிட்டு மீண்டும்
பேச ஏங்கிய நாட்களையா...!
ஆண்டு விடுமுறையில் பாட்டி வீட்டிற்கு செல்ல,
குதூகலித்த நாட்களையா...!
கவலையின்றி ஊர் சுற்றித் திரிந்த,
அந்த அழகிய நாட்களையா...!
எண்ணிலடங்கா நினைவுகள்
"உன்னை நினைத்து"
மீண்டும் அந்த நாட்கள்
"குழந்தைப்பருவம்" வராதா...
என ஏக்கத்தில் நகர்கிறேன் நான்...!

அன்வர் சதாத்

செதுக்கும் சிற்பிகள்

என்னுள் நீ இருக்கவே,
என் தவறுகள் சரியாகின்றன!!!
என்னுள் நீ இருக்கவே,
நான் மனிதன் என்றாகிறேன்!!!
என்னுள் நீ இருக்கவே,
மனதின் ஆழம் புரிகிறது!!!
என்னுள் நீ இருக்கவே,
என் சிறுப்பிள்ளைதனம் புரிகிறது!!!
என்னுள் நீ இருக்கவே,
வங்கிகளை விட எனக்கிருக்கும்,
சேகரிக்கும் திறன் புரிகிறது!!!
என்னுள் நீ இருக்கவே,
நேர்மறை ஏற்று,
எதிர்மறை விளக்கி,
வாழும் வாழ்க்கையின்,
அர்த்தம் புரிகிறது!!!
நினைவுகள் - என்னுளிருந்து
என்னை செதுக்கி சீர்படுத்தும் ஆயுதம்...!

திவ்யா முத்துராஜ்

சொப்பனச்சுவடுகள்

முடியாத கனவுகள்...
தொடரும் இரவுகள்...
தொட்டு விட முடியாத உன் பார்வைகள்...
மாறாத சுவடுகள்...
என்றும் அழிய மனமில்லா உன் நினைவுகள்...
அனைத்தையும் கொடுத்த உனக்கு தான்,
உன்னை மறந்து விட ஒரு மருந்தினை
கொடுத்து விட்டு செல்ல மனமில்லை...
இன்றும் என் கற்பனையில்
உன்னோடு தான் வாழ்கிறேன்...
மறுத்த நீ ஒருநாள் மனதார ஏற்பாய்
என்ற குருட்டு நம்பிக்கையில்.....
வழியில்லை என்றான பின்பும்
ஏற்க மறுக்கும் மனதிடம் என்ன
ஆறுதல் சொல்ல முடியும் நான்...?
நீ மீண்டும் வருவாய் என்பதை தாண்டி...!

தமிழ் காதலி

மாளவிகா ராஜேந்திரன்

தந்தையும் நானும்

எந்தையே என்னிரு விழியே -இமைப்போல
உன் கண்ணாகிய எனைக் காத்தாயே
உன் செல்வமாய் எனையாக்கி
இவள் அரசியென யாவரும் அழைக்க
அழகு பார்த்தாயே என் அப்பா
உன்னன் பனைத்தையும் நான்
உணரத் தீரத்தாயோ என்மேல் உணர்தே னின்று
நானழுகவே ஏது செய்வே னென்னப்பா
சிரித்த தருணங்களை நினைத்து
அழும் தருணமே வாழ்வில் கொடியது
உம் மார்பில் என் பயணங்களே என்றும்
நினைவில் என் வழக்கை பயணம் வரை
உம் கைகோர்த்து நடந்த நொடிகளே
ஆகச்சிறந்ததென்றும் என் வாழ்வில்
உம் நினைவுகளே என்றும் சிறந்த பகல்கனவு
என்னன்பு அப்பவே நான் நம்ப
எனை சுற்றி எங்கேயும் நீவீர் இருக்க
உம்மகள் வீறு நடையிட வாழ்வின் உச்சம் தொட
புதுமைப் பெண்ணாக உமக்காக உன்நன்பு மகள்
இங்கே
என்றும் உம்மைப் பெருமையாக்க

முரளி பழனிசாமி

தமிழ்த்தாயின் நினைவுகள்

அன்னை தமிழே! அழகு மொழியே!
அன்பின் ஊற்றே - என்
ஆகாய காவிரியே!
என் ஆசை தமிழே!
இசையாய் இசைப்பவளே,
இன்பம் தருபவளே!
ஈகை மொழியே,
ஈதல் தருபவளே!
உயிரின் உயிரே - என்
உயிரின் அணுவே!
புவியையே போர்த்தொடுப்பனடி!
உன் பெருமைகள் பறைக்க!
நீயே சொல்!
உன்னைவிட்டு நான் யாரை நினைக்க!
மரணமே என்னை தீண்டினாலும் - தமிழ்த்தாயே
உன் பெருமையை போற்றுவேன்!!
விண்ணிற்கே சென்றாலும் எமனுக்கு,
விருந்தாக வைப்பேனடி உன் பெருமையை!!!

கோகுல் ராதாகிருஷ்ணன்

தனிமை

காலம் முழுவதும்
நீ என்னுடன்
நிரந்தரமடி!
இரவு முழுவதும் உன்னுடனே
என் உரையாடலடி!
எனக்கு ஆதரவு தந்து என்னுடனே
உறங்குபவள் நீயடி!
நீ எனக்கு கிடைத்த
என் இருட்டான
வெளிச்சமடி!

ராமநாதன் சாயிராம்

தீயாய் சுடும் நினைவுகள்

உன்னுடன் பிறந்தேன், உன்னுடன் இருப்பேன்,
எனது துன்பங்கள் என்னுடன் போகட்டும்,
என் விழிகள் எப்போதும்,
உன்னை காணட்டும் என
உயிர் உன் காலின் அடியில் சேரட்டும்,
உன்னிடம் இருக்கும் அனைத்தையும் கொடுப்பது
இறுதியில் உன்னை கொடுப்பது தான்... !
காதல் இந்த ஒரு பிறப்பில்,
உன்னுடன் வரும் பிறப்பில் பின்னுடன்,
உன்னை காண வந்தேன்,
உன்னுடன் வாழ வந்தேன்...
உன்னை காதலித்ததில் தவறு இல்லை,
என் காதலை நீ உணரவில்லை,
காலம் நம்மை பிரித்து விட,
நீயும் என்னை மறந்து விட தொடர்ந்து செல்கிறேன்,
தீராத வலியுடன் என்றும் மறைய உன் நினைவுடன்...!

R. SANTOSH

தேடும் நினைவு

நீ ஒன்றை தேடுகிறாய்...
ஆனால் உன்னைத் தேடும் ஒன்றை
நீ ஏன் தேடக் கூடாது என்று
நினைக்கிறது ஒரு மணமோ...
நீ ஒன்றைத் தேடினாய்
ஆனால் அது உன்னைத் தேடவில்லை...
ஆதலால் தான் சொல்கிறேன் கேள்...
உன்னை தேடும் ஒன்றை
நீ ஏற்றுக்கொள் என்று
சொல்கிறது மற்றொரு மணம்...
இந்த இரு மனதில்
மனம் நிறைவாக
இரண்டாவது உணர்வை ஏற்று
நிறைவு செய்தது மறுமணம்....

Sandheep G

தோழியின் முகவரி

கள்ளம் கபடமற்ற மனதிலே பதிந்த முகமாம்..
இன்றோ கைக்குழந்தையுடன்
காட்சித் தருகின்ற அவளின் நினைவாம்..
பள்ளிப் பருவத்திலே இணைந்த அவளின் உறவாம்..
பல காலமாய் அவளுடன் கொண்ட
நேசத்தின் அடையாளமாம்..
நெற்றி வகுடு எடுத்து நேர்த்தியாக
பின்னிக் கொண்டு வருகின்ற தோற்றமாம்..
நெற்றியில் இரு புருவங்களுக்கு மத்தியிலே
பிறை நிலவை பதித்து கொண்டவளாம்..
அவளின் தித்திக்கின்ற பேச்சிலே
முத்தமிழும் முத்து முத்தாய் இருக்குமாம்..
அவளின் அளவு கடந்த அன்பிலே ஆற்று
வெள்ளமும் கூடத் தோற்றுப் போய் நிற்கின்றதாம்..
வெண்சங்கு கழுத்தினை பவளம் போல்
அணிந்தவளாம்..
வெண்ணிற உடையிலே தேவதைப் போல காட்சி
தருபவளாம்..

ரமேஷ்குமார்.கு & ரமேஷ்யோகி

நன்கையின் தாய்மை

களிறுப் போல் கணக்கும் மார்பகம்
கள்ளிப் பால் சுரக்கவும் வாய்ப்பில்லை
கசடுகள் சேருவதற்கு ஒரு கருப்பையில்லை
கேள்விகுறியாகும் கன்னித்தன்மையின்
கௌரவத்தில் தாய்மையின்
அறிகுறி தேடிக்கொண்டிருக்கிறோம்
உணர்வுகள் உந்தியும் உடல்கள் ஊமையானது
மாதவிடாய் வேண்டும் மடந்தைகளானோம்
இயற்கையின் இடரில் இன்றியமையாத
ஒன்றாகிப் போனோம்
இறைவன் படைத்த பிழையில்
பிழையில்லாத பிறவிகளானோம்
அடைமொழியாய் அரை நூறு அவப்பெயர்கள்
அடைக்கலமாய் அதில் பாதியும் இல்லை
ஆழி அளியும் போதிலும்
நாங்கள் அன்னையாக போவதில்லை...!

சு.சந்தியா

நடுதர நினைவு

உறக்கம் களைகையில்

கால்கள் தானாக நடக்கின்றன,

எதைக் கவனித்தாலும் கடிகாரத்தை மட்டும்

கண்கள் உற்று நோக்க,

பசித்தாலும் சிறு குடல்

நிரம்ப உண்ண இயலவில்லை,

நொடி முள்ளை விட வேகமாக ஓடுகிறது

இதயம் பேருந்தைப் பிடிக்க,

நண்பகல் கடுவெயில், குளிர்பனியோ,

எதுவாக இருப்பினும் மனம் கடந்து போகும்,

பயத்திற்கு பஞ்சமே இல்லை இருந்தும்

காபி குடிக்கக் மறந்ததில்லை,

ஒவ்வொரு இரவும் சொல்லும்

நாளைய விடியல் உனக்கானதென்று,

அவன் நினைப்பிலே நடுதரநிலை மாறியதே என்ற

எண்ணம் தோன்றுகையில் உறக்கம் களைகின்றது...!

விக்னேஷ் அ.சுஜாதா

நன்றே நினை

வாழ்ந்ததையும் கெட்டதையும்,
நிலைத்ததையும் சரிந்ததையும்,
வென்றதையும் வீழ்ந்ததையும்,
நினைவில் கொள் நெஞ்சே...!
ஏனெனில் ...
வாழ்வதும் கெடுவதும்,
நிலைப்பதும் சரிவதும்,
வெல்வதும் வீழ்வதும்,
நினைவுகளால் தான் நெஞ்சே...!
நன்று நினைக்கின் நன்று,
வாழ்க விளம்பின் வாழ்வு...
நினைவில் கொள் நெஞ்சே...!
நினைத்தலே நடக்கும்,
நடத்தலையே நினைவாய்!

மாதவன் கந்தசாமி

நாமும் நினைவும்

நிகழ்காலத்தில் அது நின்றுக்கொண்டு இருக்காது
எதிர்காலத்தில் எஞ்சி நிற்க காத்துக்கொண்டிருக்கிறது
இறந்தகாலத்தின் பிம்பத்தையே நினைவாக்குகிறது!
நினைவுகள்
அழிவுகள் என்பது எப்போதும் கிடையாது
அனுபவத்தை ஆராயாமல் அனைத்தும் காட்டுகிறது
அதிசயமா என்று அப்பப்போ தோன்றுகிறது!
நினைவுகள்
தனிமையில் தவிப்பவனுக்கு தகப்பனாய் பயணிக்கிறது
ஓரமாய் உட்கார்ந்தாள் ஒன்றுவிடாமல் காட்சியளிக்கிறது
பணம் வாங்காமல் இலவசமாக திரையிட்டு
காட்டுகிறது! நினைவுகள்
சூரியன் சுட்டாலும் எரியாது அதுவும் அழியாது
நீரில் வீழ்ந்தாலும் கரையாது அதுவும் மூழ்காது
இப்படி மந்திர செயல்களை காட்டுகிறது! நினைவுகள்
ஏழ்மைக்கும் உண்டு பணத்துக்கும் உண்டாகிறது
காதலுக்கும் உண்டு நட்புக்கும் உண்டாகிறது
வாழ்க்கைக்கும் உண்டு வாழையடிவாழையாக!
நினைவுகள்

பொன் கலையரசன்

நிரம்பி வழியும் நினைவுகள்

எண்ணிலடங்கா நிமிடங்கள் தான்..
என்றும் அழியா நினைவுகளாகிறது!!
என்னமுடியா தருணங்கள் தான்..
நினைவுகளாய் தொடர்கிறது..!
சந்தோஷமாக சிரித்த நாட்கள்,
சோகத்தில் சிதைந்த நொடிகள்,
ஏக்கத்தில் தவித்த நேரங்கள்,
புன்னகையில் பூரித்த பாதைகள்...
என, ஏராள நினைவலைகள்...
என்றும் நீங்கா நினைவுகளாகி
எண்ணும் போதெல்லாம்,
நெஞ்சை வருடி...
வடிய வைக்கிறது கண்ணீராக..!

ஹரிசுதா

நிழலாடும் நினைவுகள்

களி மண்ணாய் கிடந்த இதயத்தில்,
ஒருசிலரின் கால்தடங்கள் மட்டும்,
காலங்கள் கடந்தது...!
காலங்கள் உருண்டோட,
இறுகிப் போன இதயத்தில்,
படங்கள் யாவும் மாறியது,
வலியின் தடயமாய்...!
கடல் அலைகள் போல,
கண்ணீரால் அழிக்க நினைத்தாலும்,
கரைய மறுத்தது சில தடங்கள்...!
தற்காலிகமாக நடந்தவர்களின் சுவடுகள் தான்,
நிரந்திரமானதாக மாறிவிட்டது,
நித்திரையில் கூடத் துரத்துவனவாய்...!
பலபேர் கடந்த நடை பாதையில்,
சில பேரின் தடங்கள் மட்டும்,
நிலைத்தது நிழலாடும் நினைவுகளாய்...!

சதாக்ஷி.சி

நிழல் படம் மூட்டும் தீயில்...

உன்னோடு இருந்தேன் என்றதால்,
ஓடாமல் நின்றதில்லை காலமும் கடிகாரமும்...!
உன்னோடு நடந்தேன் என்றதால்,
முடியாமல் நீண்டதில்லை பாதையும் பயணமும்...!
உன்னோடு விரல்கோர்த்தேன் என்றதால்,
தீராமல் போனதில்லை பகலும் இரவும்...!
கடிகாரத்தால் காலம் ஓடினாலும்,
பாதையால் பயணம் முடிந்தாலும்,
பகலால் இரவு தீர்ந்தாலும்,
அந்த ஒரு தருணத்தின் தித்திப்பை,
திகட்ட திகட்ட தரும் நம் நிழல் படம் மூட்டும் தீயில்,
இதமாய் நனைகிறது நம் நினைவுகள்...!

ஞாழல்

நிறம்மாறா தழும்புகளாக...

குதுகலமான குழந்தைப் பருவம்,
யாதுமறியா என்மனம்
மணிஅணிகள் கண்டு மயங்கிய
அந்நாள்முதல் பாவமோஇவன்
எனக்கு என்றிகழ்ந்த தாய்தந்தை நினைத்தும்
சாலையோர கூட்டத்தில் இழிச்சொல்
பேசும் குரல்களை நினைத்தும்
பேருந்துகளில் வழி ஒதுக்கி
சுழித்துக் கொள்ளும் முகங்களை நினைத்தும்
காதல் எல்லையில்லா உயிரளாவிய
உணர்வென்றறியாது - காதல்
இருபாலினற்கானது மட்டுமே என
இருண்டமனதுடன் இப்புவியில்
வாழும் மூடர்களை நினைத்தும்
பூவென புன்னகைக்கிறேன்!
இப்படிக்கு, முதுகலை பட்டதாரியான
இத்தமிழ்கவி திருநாயகியின்
திருமண திருநாள்!!!

ஆ.ச.முகில் வண்ணன்

நிலைத்திருக்கும் நினைவு

அக்னித் தீயிளும் உழைப்பு,
ஆருயிர் மூச்சிலும் காத்திருப்பு,
இரவுப் பகல் கணக்கின்றி,
ஈன்றே பார்த்திடென் நினைவே!
உழவனின் கண்ணோட்டத்தில் மலருமோ?
ஊர்ந்திடும் உயிரின் ஞானம்,
எட்டுத்தொகை மூலம் ஒளியுமோ?
ஏழுமையின் படைப்பு காய்ந்திடுமோ?
ஐம்பெருங்காப்பியங்களில் நினைவுக்கூறும் - நினைவே!
ஒளிவு மறைவில் கலைஞனும்
ஓய்வின் உறக்கத்தில் நீயும்
ஔவை வழியில் நானும்
'ஃ' கண்களோடு சிவனும் நினைவே!
ஞானத்தில் நிலைக்கொண்டது ஏனோ?
நெஞ்சமும் நிலைப்பிரண்டு நிற்கின்றன உன்னிடத்தில்..!

ஆ. ஹரிதா ஸ்ரீ

நினைவலைகள்

இதயத்தை கனக்க செய்து,
இமைகளை கலங்க செய்து,
பேசிய வார்த்தைகளும்,
பேச மறந்த தருணங்களும்,
கெஞ்சும் விழிகளும்,
கொஞ்சும் மொழிகளும்,
கொஞ்சம் கொஞ்சமாய் என்னை,
கொல்லும் ஆயுதமாய் மாறி,
எண்ணங்கள் முழுவதும்,
எண்ணிலடங்கா நினைவலைகள் ,
கரையை சேரவும் முடியாமல்,
கரையவும் முடியாமல்,
காட்சிப் போல்
கண் முன் நிழலாடி இந்த
கவியில் சொற்களாய்
கோர்த்துக் கொண்டது...!

kifayathunnisa

நினைவில் நிலைத்தான்

அவனை பார்த்த கணம்

தோன்றவில்லை...!

நினைவுகளாய் என்னுள்

நிலைப்பான் என்று...!

மனதில் சிறிதளவும்

சந்தேகமே இல்லை...!

அவன் நினைவுகள் என்றென்றும்

மாறாத வாசத்தோடு

என்னுள்ளத்தின்

சுவாசத்தில் இருந்து

நீங்காது என்று!

நிஜங்களில் நீங்கி

நினைவுகளாய் நிலைத்தான்...!

காரிகா

நினைவின் நிழல்

துள்ளிக் குதித்து என் மனசு,
துப்பறிய நினைக்குது உன்னைப் பற்றி...
தூக்கம் தொலைத்து உன் நினைவுகள்,
எரியுது எனக்குள் பற்றி...
தொலைத்த தூக்கத்தையும்,
துப்பறியும் எண்ணத்தையும்,
தொலைத்து விடத் துடிக்கிறேன்...
நிழலாய்த் தொடரும் உன் நினைவால் ,
நித்தம் நித்தம் நெருப்பாய் தவிக்கிறேன்...
காரணம்,கல்லாய் கிடக்கிறது உன் மனசு...
கரைக்க முற்படுகிறது என் மனசு...

A.Pandiselvi Aarumugam

நினைவின் நிழலில்

உடையாத உன் கண்ணாடி
சிரிப்பினில் சிதறிக்கிடக்கிறேன்!
முடியாமல் நீளும் கனவுகளில்
உன் முகம் தேடிப் போராட்டம்!
நிற்காத நொடிமுள்ப் போல
உன் நினைவுகளின் ஆர்பாட்டம்!
உதிர்ந்த சருகாய் உனைத்தேடி
அலைமோதும் விழிகள்!
விடுமுறையின்றி தினந்தினம் தவிப்புகள்!
எனை ஆளுமை செய்யும்
அரசாங்கம் நீயல்லவா!
ஒருமுறையேனும் உத்திரவிடு
ஊரடங்கிற்கல்ல!
என் உயிரடங்கிற்கு!

Gayathrikumaravel

நினைவின் ரணங்கள்

நகர்ந்து கொண்டிருக்கும் நொடியை விட,
நகர்ந்து சென்று நொடிகளின்,
ரணங்கள் அதிகம் என்பதை,
உன் நினைவுகள் நிரூபித்துவிட்டது...
நேரம் காலம் அறியாமல்,
நெகிழ்ந்த நாட்களை எல்லாம்,
இன்று கண்ணீர் காயங்களோடு,
கதறி கடக்கின்றேன்...
நிஜத்தில் நீ நிலைத்திருந்தால்,
உன் நினைவுகள்
என் நெஞ்சை அலங்கரித்திருக்கும்..
ஏனோ நீ நிஜமில்லை அதனாலோ,
என் நெஞ்சில் உயிர்ப்பில்லை...
அன்பின் இழப்பு இறப்பின்,
இறுதி வரை அழியாத வடுவாய்,
உள்ளத்தில் வாழ்ந்து சாகடிக்கும்...

M.Sri Aksharee

நினைவு அரக்கன்

நினைவோடு வாழ்வார் சிலர்...
நினைவுகளால் வாழ்வார் சிலர்...!
எண்ணி ரசிக்க இது காதலுமில்லை
எள்ளி நகையாட இது நட்புமில்லை...!
பதின்பருவத்தில் எல்லோரும் உணரும்
விசித்திர ஆசை தான்.. அது...!
அந்த உணர்வு மகிழ்வைத் தாண்டி..
அரூர உலகின் மறுபக்கம் காட்டுவதேனோ??
மணக்கத்தான் எண்ணம் கொண்டு ரசித்தார்கள்...
எவரோ ஒருவரின் நினைவால்...
மனம் கலங்கி ஏனோ
மரணத்தின் பிடியில் சிக்குண்டார்கள்??
பொய்மைக்கு அது அலங்காரம்!
வாய்மைக்கு அது வாழ்க்கையின் ஓர் தடம்!!!
வாழ்வின் சுவடே அதில்தான் ஓர்...
உருவெடுக்கும்!!...மரித்துப்போகாதே!!
உனக்கு புது வாழ்வு ஒன்று காட்டும்!! அதுவரை...
சற்றுப் பொறுமை கொள் மனமே!!!

சங்கீதா நாகு

நினைவு என்னும் ஆன்மா

துவர்ந்த நாவும்
தீஞ்சுவையில் தித்திப்பது ஏனோ?
இனிமை கொண்டாடிய காலங்கள்:
துதித்துப் போன சொற்கள்
அழியா பச்சையாய் அகத்தினுள்;
சொல்லி மாளாத் துயரின்பங்கள்;
நொடியில் மறைந்தவை என்றாலும்
யாம் நிலைக்க யாதுமாகி
இமையாக நின்று காக்கிறது
என்றென்றும்
நினைவு என்னும் நீங்கா....!!!!

கி. அகர்சனா

நினைவுச் சிதறல்

ரயில் பயணத்தில் தொடங்கி
மரங்களிருந்தும் நாம் ஒருவருக்கொருவர்
நிழலாய் அமர்ந்து கதைத்து
சில நேரங்களில் பாடம் கவனித்து
பலநேரங்களில் தூங்கிவழிந்து
படித்தும் படிக்காமலும்
பட்டயம் பெற்ற அன்றும்
கிழப்பருவமெய்தி நரைக் கூடி
உடலும் மனமும் முதிர்ந்து
ஓய்வூதியம் வாங்கும் இன்றும்
தோழனாய் தோள்கொடுத்த
உயிர்த்தோழர்களுடன் செய்த
சேட்டைகளை நினைவு கூறுகிறேன்,
கண்களில் மிளிரும் ஆனந்தக் கண்ணீரோடு...!

hykoo_talks

நினைவு பொக்கிஷம்

நினைவுகள் யாவும் பொக்கிஷம் தான்
குழந்தைப் பருவத்தில் அழகிய குறும்பு
பிடிவாதம் செய்யும் என் மனதின் உணர்வு
நான் கட்டி அணைத்து துயில் கொள்ளும்
என் பொம்மை தான் எனக்கு இனிய உறவு
பள்ளி செல்லும் முன் நான் அழுத
அந்த இனிமையான கண்ணீரின் தருணம்
என் தோழமையுடன் நான் இறக்கை கட்டி பறந்த
அந்த சுகம் நேரம் போவதரியாமல் ஊர் சுற்றிய
அந்த சந்தோசத்தின் நாட்கள்
மகிழ்ச்சியின் உச்சக்கட்டம்...!
சன்டையிட்டு கொண்டாலும் சமாதானம் ஆகும்
நம் மனசு அறிய வயதில் வந்த
முதன் காதலின் அவஸ்தை
இந்த நீங்காத நினைவுகளை
நான் நெஞ்சில் சுமக்கும்
இந்த அழகிய நினைவுகளே
என் வாழ்க்கையின் வரங்கள்...!

தமிழ் பிறவி

நினைவுகளின் சுமைகள்

நினைவில் அழியா நெடுந்தூர பயணம் உன்னோடு,
சில்லென்று வீசும் காற்றில் பறக்கும் பறவையாக...!
சிறகடித்து பறந்தேனடி அன்று
உன் கரம்பிடித்து வாழவேண்டும் என்று
ஆசை கொண்டதால்...
நான் சிறகொடிந்த பறவையாக ஆனேன்...
உயிர்ப் பிரியும் நேரத்திலும்
உன் கரம்பிடித்த நினைவுகளை
சுமந்தபடி சாகிறேனடி இன்று...!

Lawrence

நினைவுகளின் பாடம்

புதிதாய் பூத்த மலராய்,
நினைத்து போ தினமும்,
புதிதோர் பாதையமைத்து நீ,
சோர்வின்றி சாதனை அடைய!
புதிது அல்ல இப்பயணம்,
முன்வா நீ மண்ணில்,
வீழ்ந்த நினைவு தரும்,
வலிகளே உன் பலம்!
பாடம் தந்த நினைவுகள்,
சோதித்திட நீ தளராது,
உன் தோல்வி கண்டு,
மகிழ்ந்த நெஞ்சில் நீயோ,
நஞ்சை விதைத்த படி,
சீரி எழுந்திடு மீண்டும்,
வெற்றியே பதில் அடி!

கவி துளி

நினைவுகளின் தொல்லை

அன்று நாமாக இருந்தோம்;
இன்று நானாக இருக்கிறேன்!
அன்று யாவுமாய் இருந்தாய்;
இன்று யாரோவாய் இருக்கிறாய்!
அன்று சேர்ந்து சிரித்தோம்;
இன்று தனியாக அழுகிறேன்!
அன்று வியந்ததும் உன்னாலே;
இன்று விம்முவதும் உன்னாலே!
அன்று காதலை தந்தாய்;
இன்று கண்ணீரை தருகிறாய்!
அன்று நீ இருந்தாய்;
இன்று உன் நினைவு இருக்கிறது!
அன்று உன்னுடன் வாழ்ந்தேன்;
இன்று உன் நினைவில் வாழ்கிறேன்!

R.Subashini

நினைவுகளை கடந்து செல் மனிதா

ஆற்று மண்ணில் செல்லும் நீரோ...
மண்ணை நினைப்பதில்லை...
தன்னை கடக்கும் நீரைப் பற்றி
மண்ணும் நினைப்பதில்லை.. ஏனோ...
உன்னை கடந்த காலம் தன்னை
உன் நினைவில் நிறுத்தி
அதிலேயே நிற்கிறாய் மனிதா...
நினைத்து மகிழ்ந்த நினைவுகளில்
இருக்க நினைக்கிறாய்...
மறக்க நினைக்கும் நினைவுகளில்
நடக்க மறுக்கிறாய்... மனிதா...
காலமாற்றம் கண்டறிந்து
கடமை செய்ய கவனம் கொள்...
நினைவை மறந்து, நிஜத்தில் நின்று,
ஆவதென்ன அடுத்து என்று,
அதிலே மனதை நடக்கச் சொல்...
ஆத்ம திருப்தி கொள்வாய் என்றும்...
ஆத்ம திருப்தி கொள்வாய்...!

அன்புடன் செந்தில்குமார்

நினைவுகளை பாடட்டுமா

நினைவுகளை பாடட்டுமா நன்நான்கு அடிகளிலே,
ஆளாய் வளர்ந்து வானை இடிக்கும் - என்
தென்னம் பிள்ளையே தேனாய் தந்தாய்,
நான் நீராய் தந்தத் துளியைப் பன்னீராய் - இனி
மாறும் உலகில் காண்பேனா உன்னை...
எட்டுச் சாலை பத்துச் சாலை - எங்கே
அந்த பாட்டன் வைத்துச்சென்ற சோலை,
காவிரிக்கு வழி உண்டு திருநாட்டில் - அதன்
வயிற்றுக்கும் சோறுண்டு எங்கள் தட்டில்,
சிலைகளிடம் சொன்னேன் கதைப்பல - அவள்
காதுகளுக்கும் எட்டாத கவிதை சில,
கோவிலும் பள்ளியும் ஒன்று தானென்பேன்,
விட்ட இன்பம் தொடரும் தளமே...
எத்தனை எத்தனை நினைவுகள் கடந்தவையிலே,
எட்டிப்பார்த்து வியக்கலாகும் கிணறு உரையாடல்,
கனவுஎனும் கோட்பாட்டில் சிக்காத நாட்கள்,
நினைத்தாலே இனிக்கும் பொன்னான பக்கம்...

(நினைவுகளை பாடட்டுமா....

எம்.எஸ்.முகேஷ் கபிலன்(எம்.கே)

நினைவுகள் ஆயிரம்

நினைவுகள் என்பது அழியாத
பொருள் போல - ஏனென்றால்
இந்த உலகில் வாழும் மக்கள்
நினைவுகள் இல்லாமல் வாழ்வதில்லை...!
சில பேருடைய நினைவுகள்
நிகழ்காலம் பற்றியும் இருக்கலாம் அல்லது
கடந்த காலம் பற்றியும் இருக்கலாம்
சில மனிதர்களுக்கு நினைவுகள்
மகிழ்ச்சி தரும் அல்லது சோகத்தை தரும்...!
நினைவுகளில் அழகான நினைவு
என்றால் அது காதலின் நினைவு
ஏனென்றால், காதலில் மிஞ்சியது
நினைவுகள் மட்டுமே...!
உன் நினைவுக்காக
உன் வாழ்க்கையை ஏமாற்றி விடாதே,
அதுப்போல உன் கனவை,
நினைவாக மாற்றி விடாதே...!

Chris-de-joe

நினைவுகள் கடந்து போவதில்லை

இதுவும் கடந்து போகும் ஆனால்
எதுவும் மறந்து போகாது என்பர்...
உண்மை தான் போல...
உன்னுடன் நான் சென்ற
இடங்களை கடந்து தான் செல்கிறேன்
உன் நினைவுகளை
மறக்க முடியாத சுமைதாங்கியாய்...
தேய்ந்தேப் போகிறேன்
அந்த நிலாவைப் போல் அனுதினமும்...
நொடிப் பொழுதும்....
உன்னை மறக்க முடியாமல்
உன் நினைவால் தேய்ந்தே போகிறேன்...!

சந்தியா ஜெய்சங்கர்

நினைவுகள் நிரந்தரமானவை

சுகமாகவும் சில நேரம் சுமையாகவும்,
பலமாகவும் சில நேரம் பாலமாகவும்,
பகையாகவும் சில நேரம் மிகையாகவும்,
கண்ணீராகவும் சில நேரம் கவிதையாகவும்,
வார்த்தையாகவும் சில நேரம் மௌனமாகவும்,
வண்ணமாகவும் சில நேரம் எண்ணமாகவும்,
முகவரியாகவும் சில நேரம் முடிவுரையாகவும்,
முத்தமாகவும் சில நேரம்,
நீங்காத நினைவுகளும்,
தூங்காத விழிகளும்....!

Jai

நினைவுகள் நிலையானது

மலராத முகிழாய், வரையாத ஓவியமாய் காதல்.
விழிகளில் விதையின்றி விதைத்த உருவம்
கண்முன்னே,
வார்த்தைகள் ஏதும் மொழியாமல் தவிக்கிறேன்
பெண்ணே...!
காரிகை வடிவில் கவிதை,
கனவுகளில் நான் கண்ட உன் வருகை,
மெய்யா? பொய்யா? என்றறிய விழிகள் போராட,
உன்னைக் கண்ட அந்த நொடியிலிருந்து
என்னைக் காணவில்லை,
தேடியும் விடை கிட்டவில்லை...
உன்னோடு பயணிக்கும் தருணம்,
வண்ணமில்லா வானவில்லை காண்கிறேன்,
எங்கோ இருந்துக் கொண்டு நினைவின் வழி நுழைந்து,
என் அருகில் வருகிறாய்,
மெல்ல வருடி என் இதயத்தைத் திருடிச் செல்கிறாய்...
உணர்வுகளை உருக்கி, காதலை வடிவமைக்கிறேன்,
நீங்காத நினைவுகள் சுமக்கும் பல கதைகள்,
உன் நினைவுகள் அழகில் ஓர் அங்கம்
எந்நாளும் நீங்காது என் நெஞ்சில்
நிலையாய் நிலைத்திருக்கும்...!

Dhayaalini Gunasaigaran

நினைவோடு உன் வாசம்!...

வீடு முழுவதும் அவன் பிம்பம்,
விட்டு விலகாத வியர்வை வாசம்,
தொட்டால் மறைந்து விடும் மாயக்காரன்,
கண்ணம்மா என்றுக் காதில்;
இனித்தப்படி அவன் கொஞ்சும் குரல்,
குட்டிப் பூனைபோல்
என் கால் உரசி வட்டமிட்டு;
ஒன்றாய் கலந்த நேரம்,
காணாமல் தேடிய என் தங்கத்தோடும்,
கழுத்து காயமும், காதோர முத்தமும்,
நீங்காத நினைவுகளோடு நீங்கி எல்லை;
சென்ற என்னவனை நினைவூட்டுகின்றதே...!

சூர்யா கிருஷ்ணமூர்த்தி

நின்னை நினைக்கையில்..

நினைவுகள் அனைத்தும்
நீங்கா சி(ன்)னங்கள் சுமந்தது.
நீ என்னும் நினைவு நீளும்போதெல்லாம்
நிற்க சொல்கிறேன் காலத்தை,
நின் நினைவுகளை நீக்க...!
நீயே என்னை மீறி செய்கையில்
காலத்திற்கு என்ன கட்டாயம்...?
அதுவும் விரைந்து செல்கிறது
காயங்கள் அனைத்தையும்
கவர்ந்து இழுத்தபடி...
காலத்திற்கு தெரியுமா
இந்த கண்மணியின் கண்ணீர்...!
காயங்களுக்கு தெரியுமா
இன்னும் வலிக்கும் வடுக்கள்...!
நானே ஒரு நிந்தனை நினைவு தான்...!!
நின்னை நினைக்கையில்...

நுவிலி

நீ இல்லாத நினைவுகள்

நாம் ஒவ்வொரு முறை
சந்திக்கும் போதும் சிந்திப்பது
அதற்கு முன் சந்தித்த நினைவுகளே!
இதுவரை நம் கடந்த காலமே
என் நினைவுகள் இனி - என்
எதிர்காலமே உன் நினைவுகள்
நீ இல்லாமல் போனதால்...
எப்போதும் நம் காதல்
காணாமல் போய்விடாது
முப்பொழுதும் நான்
உன்னை நினைப்பதால்
நம் காதல்
முடிவிலியாய் தொடரும்...
என் கனவுகளாய்
நீ இல்லாத நினைவுகளாய்...!

ஷர்மிளா மதுரை

நீர்த்துளியின் நினைவலைகள்

முகிலவன் புவியினை வலம்வரும் பொழுததில்,
தேகம் தணிக்க முத்தாய்ச் சுரந்தேன்...!
விண்ணைத் துளைத்தேன்! விறுவென விழுந்தேன்...!
ஆலம்பசு அதின் விழுதினில் படர்ந்தேன்...!
அன்னையின் கரத்தினில் அடைக்கலம் புகவே...
ஆற்றினை அடைய அரணாய் நெழிந்தேன்...!
புல்லது புவியினில் புன்னகை புரிய,
விதையினை தட்டி விடுதலை அளித்தேன்...!
உணவது முளைத்து உயிரது வளர...,
விளைநிலம் புகுந்தேன், விஷமதில் கலந்தேன்...!
அமுதினும் தூய நிலையது இழந்து...,
அருந்திய உயிரதின் மூச்சினை குறைத்தேன்...!
புவியினுக் கணியாய் அலைவது மறந்து...,
அழிவதின் குறியாய் அகப்பட்ட தேனோ...?

கௌதம் மாதேஸ்வரன்

பள்ளிக் காலம்

துள்ளித்திரிந்த காலம் பள்ளிக் காலம்,
பள்ளிப் பருவம் மீண்டும் வரா பருவம்...
நினைத்து ஏங்கும் உள்ளம்,
தவியாய் தவிக்கும் நெஞ்சம்...
சுயநலம் இல்லா நட்பு,
சுதந்திரமாய் பழக தடையில்லா பருவம்...
பள்ளி குறும்புகள் தலைமுறையாய் தொடரும் புதிர்,
அது ஏன்? இன்றுவரை விளங்கவில்லையே!!!
இன்று எல்லாம் இருந்தும்,
உண்மையான நட்பும்,
உண்மையான சந்தோஷமும்,
இல்லையே என ஏங்குவோர் பலர்...
மீண்டும் வேண்டும் பள்ளிப்பருவம்
படிப்பதற்கு அல்ல,
உண்மையான அன்பையும்,
சந்தோஷத்தையும் பெறுவதற்கு...!!!

Sr.Arasi younis

பள்ளிப்பருவ நினைவுகள்

கோடைக்காலம் ஒரு வசந்த காலம்!! ஏனென்றால்...
பள்ளித்தேர்வு முடிவுக்கு வருமுன் பயணச்சீட்டு
முன்பதிவு...
தேவையானவை தயார் செய்தல்...
தேர்வு முடிந்தபின் உற்சாகத்தில் என் மனம்
தன் சொந்த கிராமத்திற்கு செல்வதில் கொண்டாட்டம்...
என் வருகைக்காக காத்திருந்த தாத்தா பாட்டியை
கட்டி அணைத்து மகிழ்ச்சியாக இருந்த நாட்கள்...
தன் நாய்க்குட்டியுடன் விளையாடிய நாட்கள்...
எனக்காக பலகாரம் செய்யும் பாட்டி...
கேட்டதை வாங்கித் தந்த தாத்தா...
அவர்கள் பாசத்தில் மூழ்கி இருக்கும் நான்...
ஆனால் அனைத்தும் சில காலம் மட்டுமே...
பின்னர் சிவந்த காயங்களாக இவை அனைத்தும்
என் நெஞ்சில் தாங்கியபடி....
பேத்தியே என்று துடிக்கும்
என் தாத்தாவின் இதயம் ஒரு நாள் நின்றது..
அதில் இருந்து மீள முடியாமல் அவர் பாசத்தை
நெஞ்சில் ஞாபகங்களுடன் சுமக்கும் நான்...
அந்த நாட்கள் மீண்டும் வாராதா என்ற
ஏக்கத்துடன் இப்படைப்பை முடிக்கிறேன்...!

பூ.மஹாலக்ஷமி

பள்ளிப் பருவம்

பள்ளியின் வாயிலைப் பார்த்தே பயந்தோம்,
பாய்ந்து ஓடிப் பதுங்கி ஒளிந்தோம்,
ஆசிரியர்களின் அன்பு கொஞ்சலுக்கு அடங்கினோம்,
பாடம் படித்துப் பதிவுகளையும் தொடங்கினோம்,
சிலேட்டுக் கொண்டு சிற்பங்கள் செதுக்கினோம்,
பாடப் புத்தகங்களைப் பையில் பதுக்கினோம்,
வகுப்பறைக்குள் எங்கள் உலகத்தையே மறந்தோம்,
மதிய உணவுக்காக வரிசையில் சென்றோம்,
நண்பர்களுடன் கூடிப் பகிர்ந்தே உண்டோம்,
மாலை வேளையின் மணியொலிக்கப் பறந்தோம்,
மீண்டும் அந்த காலத்திற்கு ஏங்கி,
நினைவுகள் மட்டுமே நிழலாக்கி வாழ்ந்தோம்...!

வை.கருணாகரன்

பாசக்கூண்டு

துள்ளித் திரியும் மானாய்,
என் உலகில் திரிந்தேன்...
என்னைத் தேடி வந்தாய்,
என்னோடே இருந்தாய் எனை
ரசித்தாய் உனை மறந்து,
எனை அறியாமலே உன்
பாசக் கூட்டின் கைதியென
நான்! சாவியோ உன்காதல்!
சிறையென தெரிந்தும் அகப்பட்டேன்...!
புல்லென ஆகிய பாசத்திற்காய்
காதல்சாவி திறந்தென்னை அவிழ்த்துவிட்டாய்!
உலகம் மறந்தநான் என்னையும் மறந்தேன்!
திக்கித் திணறி உணர்ந்தேன்
உலகை என்னையும் சேர்த்து!
இருப்பினும் சிறந்தது
காதல் சிறையே...!

Jeya Lakshmi

பாரதி மீசை

அவன் மீசை என் கழுத்தில் குத்தியதால்,
உடல் சிணுங்கி, மதி மயங்கி,
கண் மூடி, இதழ் பிரித்து,
எம் உயிரை அவன் குடிக்க,
யான் சொக்கிக் கிடந்தேன்.
அந்த நிமிடம் வரமல்லவா!
அவனுக்கு வரமளிக்க முடிவெடுத்து,
பாரதிப் போல் முறுக்கு மீசை யானும் வளர்த்தேன்.
சுவற்றுக்கும் காதுன்டேன தெரிந்த நான்,
கண்ணுண்டேன அறியாமல் போனேனே.
முறுக்கு மீசையும் அழகிய கண்ணும் இல்லாமல்,
அவன் முண்டம் கண்டேனே!

ஜெரோம் ஆசீர்வாதம்

புத்தகத்தின் பக்கங்கள்

அளவில்லா அதிசயத்தை அகத்தே கொண்டு,
பறந்து விரிந்த அழகான பாரினிலே,
விவரம் அறிந்திடா விடலை முதலாக,
இவ்வுலகு தெரிந்த இறுதி நாள்வரை,
உடனாய் வருவது நினைவெனும் நட்பே...
வகைகள் பலதாய் பிரிந்தே நிற்கும்,
வன்முறை சூழ்ந்த கசந்த பக்கமும்,
மகிழ்ச்சி ததும்பும் இனிதான பக்கமும்,
மாற்றம் பெற்றே தோன்றி மறையும்,
ஆக்கமும் அழிவும் இதற்கு இல்லை,
வானை முட்டும் சோகம் இருப்பினும்,
கடந்துப் போன நினைவைக் கொழுத்திடு,
இன்பம் மழையாகி பொழிந்தால் போதும்,
இனிய தருணத்தை புரட்டிப் பார்த்திடு,
நினைவைப் போற்றிடு; வாழ்வை மதிப்பிடு...!

இர.கந்தவேல் பிரபாகரன்

புதைந்த நினைவுகள்

"நீ" வேண்டுமென்றே
தொலைத்த ஒரு உறவை
வாழ்வின் ஏதோ
ஒரு கட்டத்தில் காண
உன் மனம் ஏங்கும்..
அப்போது "நீ" அங்கும் இங்குமாய்
தேடி அலைய வேண்டாம்...
ஓய்வில்லாமல் துடிக்கும்
உன் இதயத்தின்
நான்கு அறைகளில்
ஏதோ ஓர் அறையினுள்
ஒரு ஓரமாய்
புதையுண்டு கிடக்கும்
"நினைவுகளாக...! "

சேக் உதுமான்

மறக்க முடியாத நாட்கள்

பன்னிரெண்டு வருடங்களின் பள்ளி படிப்புகள்,
முடிந்தவுடன் சென்ற கால்கள்,
கல்லூரியின் வாசலில் நின்றது...!
மூன்று வருடங்களின் கல்லூரி வாழ்க்கை,
எதிர்பாராத உறவுகள் கிடைக்கும் தருணம்
அளவில்லா உண்மை பாசம்...
மறக்க முடியாத நாட்கள்,
வேற்றுமை இல்லாத ஒற்றுமை.
எதிர்பாராத நிகழ்வுகள்,
இணையில்லாத சந்தோஷங்கள்,
தேடாமல் கிடைத்த உறவுகள்,
ஆயிரத்துக்கும் மேற்பட்ட கனவுகள்,
வாழ்க்கையில் படைத்த சாதனைகள்...!!
காலம் முழுதும் இதயத்தில் வாழும்
நீங்காத நம் நினைவுகள்...!!!

மு.ஹெர்ஷினி

மறந்தாயோ...!

மறந்தாயோ
நம் முதல் சந்திப்பை,
மறந்தாயோ...!
நம் காதல் மலர்ந்த தருணத்தை,
மறந்தாயோ...!
நீ கொடுத்த முதல் முத்தத்தை,
மறந்தாயோ...!
என் கைப் பிடித்து நடந்த பாதையை,
மறந்தாயோ...!
உனக்காக உதிர்ந்த என் கண்ணீர்த் துளியை,
மறந்தாயோ...!
உன்னையே நீ யாரென்று,
இழந்தாயே...!
உன் நினைவுகள் மொத்தத்தையும்,
இறந்தேனே...
உன் நினைவால் தினமும்...!

மு.மங்கை

மறந்தும் நீந்தும் நினைவுகள்

அரக்கா சட்டையில வேலிமுள்ளு குத்திகிழிய
ஆலமரயி லைகட்டி அரைக்கையில் மறச்சதுவும்
கைப்பையை மாட்டிபுட்டு கைத்தறியில காலவச்சு
காலனாக்கு ரொட்டிவாங்குன காலம் போச்சு
கணக்கு வாத்தியார் கொட்டுனதுக்கு கணக்குபண்ணி
குழித்தோண்டி இலயவச்சு வீழ்ந்ததுவும் ஆறிப்போச்சு
முழுபாடம் படிக்காமா பிட்டுதுண்டு நம்பிப்போயி
முட்டக்கண்ணன் மாட்டிகிட்ட நெனவெல்லாம்
நனஞ்சுப்போச்சு
அரையாண்டு விடுமுறைக்கு ஆங்கிலத்து படம்பார்க்க
அரடிக்கட்டில் அகப்பட்டு அடிவாங்கினதும்
அயர்ந்துப்போச்சு
பட்டினத்து வேல கிடைக்க பழகியவனும்
பங்காளியாப் பார்க்கும் காலம் வந்திருச்சு
மண்வாசம் மாறாம மாப்பிளன்னு கட்டிப்பிடிக்க
மருவாதயில்லாம சட்டைய கசக்கிட்டான்னு
சிலிர்த்துகிறான்
சிந்தாம ஒழுகிறதே ரத்தமெல்லாம் நினைவாகி

நிழல் @ மே.மு.மணிமாறன்

மறவா ரணங்கள்

நித்தமும் உன் நினைவுகள்
என் இதயத்தை ரணமாக்க
கனவோடு கதைத்த நம்
காதல் நிகழ்வுகள்
கண்ணீரோடு
காயமாக்குகிறது
தலையணையை...!
நித்திரையின் ஏக்கமெல்லாம்
நின் திருமுகம் கனவில்
காண அல்ல...
கண்ணணின் குழல் இசைக்கேட்டு
மயக்கும் ராதையாய்
உன் நினைவுகளின் தாலாட்டில்
ரணமான இதயம் காதலோடு
தவிக்கிறது நீ வரும் நாளை எண்ணி...!

அகிலா சதீஷ்குமார்

மனிதம் தேடி பயணம்...

நான் விரும்பி நிலா சோறு அன்று,
கட்டாய சூரிய சிற்றுண்டி இன்று,
செல்ல தொப்பை அன்று,
என்னை விட்டு செல்லா தொப்பை இன்று,
விரல் நுனியில் வீட்டுப்பாடம் குறும்பலகையில் அன்று,
மற்றுமொரு பிள்ளையான மடிக்கணினியில் இன்று,
தான் இயங்கி நகரும் வாழ்க்கை அன்று,
தானியங்கி நகர வாழ்க்கை இன்று,
பணமில்லை ஈகை குணமுண்டு அன்று,
பணமுண்டு ஈகையில் ஈ
பறந்தது கைக் கொடை மறந்தது இன்று,
இறையைத் தேடி அதன் புனிதம் தேடி பயணம்
அன்று,
என்னைத்தேடி என்னுள் புதையுண்ட
மனிதம் தேடிப் பயணம் இன்று...!

Palanivelrajan K

மாயை

மெல்லிசையும் மெல்லச் சுட
காட்சிகளும் பிழையென மாற
காரிருளில் தஞ்சமாய் நானே
பழகிய குரலும் ரீங்காரம் இட
நடைசென்ற பாதையிலும் அவள் பின்பம் விழ
நிகழ் எனும் நெருப்பினில் நானே
கருவிழி இழுதிட்ட நொடி அதில்
எனை மொத்தமும் சிதைத்திட்ட கன்னி நீயே
விடையேதும் தெரியுமுன்னே
எனை மொத்தமாய் மனதினில் ஏற்றவளே
காலம் கடந்தும் வாழ்கிறாய்
என் நினைவெனும் பேழையில்
சிவந்த கண்ணோடு இரவின் விழியில்
பொய்க்காத உன்னை எண்ணி...

சாம்சிபி

மீண்டும் பள்ளிக்கு

நேற்று தான் தொடங்கியது...
இன்றோடு ஏன் முடிந்தது?
இவ்வளவு வேகம் கூடாது, நேரமே!
கட்டிடம் என்பர் கல்லை தெரிந்தோர்
தனி உலகம் என்பேன்...
கல்வியை உணர்ந்ததால்...
எப்போது விடியும் என
அப்போது எண்ணியிருந்தேன்
இப்போது ஏன் முடிந்தது
என தவித்திருக்கிறேன்...
சந்தோஷம் குறைச்சல் தான்
ஆசிரியரிடம் அடிவாங்கிய
சங்கடங்கள் தான் அதிகம், இன்னும்
தலும்புகளோடு சம்பவங்களும் நீங்காமல்
மீண்டும் போகத் துடிக்கிறது பள்ளிக்கு...

ம.ராகவைத்தமாநிதி

முதல் வார்த்தை

கனவுகளோடு என்
கால்கள் கல்லூரியில் பட,
தடம் மாறி ஒரு தேவதையின்
கண்களில் பட்டது...!
இனம் புரியாத ஆசைகள்
என் மனதில் மலர,
நானோ அவளின் மழலை தனமான
வார்த்தைகளை கேட்டு மலர்ந்தேன்...!
எதிர்பாராமல் அவளிடம்
பேசும் வாய்ப்பு எனக்கு கிடைக்க,
அவளைத் தேடிச் சென்று
அவள் முன் நிற்க அவளோ
என்னை பார்த்து "என்ன விஷயம்"
என்று கேட்க, அதுவரை என்
செவிகளுக்கு மட்டுமே கேட்ட
வார்த்தை அவள் சொன்னவுடன்
என் மனதிற்கு கேட்க ஆரம்பித்தது...!!

கிறுக்கல் கவிஞன்

மூளையின் தரவுதளம்

மனிதமூளையின் தரவுதளத்தில்,
மாறொலி ஒலிக்கும் இறந்ததினங்கள்,
மறைத்தாலும் மறக்கமுடியா நினைவுப்புத்தகம்,
மாறாத நினைவுகளில் சில அத்தியாயம்!
முகத்தில் முளைத்த அரும்பு மீசையும்,
முதல் முத்தத்தின் மிருதுவான தருணமும்,
முடங்கிய பொழுதில் மெல்லிசை பாடலும்,
முகில்கள் பொழியும் மழைச்சாரலும்,
முகமூடி அணிந்த மனிதர்களுக்கிடையே,
முயற்சி கொண்டு முன்னேறிய படிகள்,
முழுவதும் சொல்ல இச்சையிருந்தும்,
முன்னுரைச் சொல்லும் இக்கவிதை!

க.ஜெயசீலன்

மேகமும் மழையும்

உன் நினைவென்னும் மேகம்

என்னை சூழ்ந்திட...

நான் அதைக் கண்டு

மெய் மறந்திட...

அதை ரசிக்க ருசிக்க

மேகமோ கருக்க...

அறியாமலே கண்ணீர் மழைநீர்போல்

முகத்தை கவர்ந்திட...

அதை கண்டு நீ

ரசித்தாயே பெண்ணே!!

உன் ரசனையை

கண்டு உன்னை ரசித்தேன்...

வலியோடு புதைந்தேன்!!

முஹம்மது தாஹா.அ

வாழ்வியல்

இழப்பதற்கும்
பெறுவதற்குமான
இடைப்பட்ட
அச்சிறுப் புள்ளி
வித்தியாசத்தில்
வாழ்வதற்கும்
சாவதற்குமான
வாழ்வியல்
அர்த்தம்
கற்றுத் தந்தன
பெற்றவள் செலவும்
பிள்ளையின் வரவும்
ஒற்றை நாளில்
ஒன்றாய் நிகழ்ந்து!!

பரீத்